# KINH
# KIM CANG

# KINH KIM CANG

**NGUYỄN MINH TIẾN** *Việt dịch và chú giải*

Bản quyền tác phẩm Việt dịch thuộc về dịch giả và Nhà xuất bản Liên Phật Hội (United Buddhist Publisher).

**Copyright © 2019 by United Buddhist Publisher**

ISBN-13: 978-1-0919-1721-7
ISBN-10: 1-0919-1721-3

Bản quyền thuộc về dịch giả và Nhà xuất bản Liên Phật Hội. Hoan nghênh phổ biến nhưng vui lòng không tùy tiện chỉnh sửa hoặc thay đổi, thêm bớt nội dung.

# KINH KIM CANG

[KIM CANG BÁT-NHÃ BA-LA-MẬT KINH]

DAO TẦN TAM TẠNG PHÁP SƯ CƯU-MA-LA-THẬP HÁN DỊCH
NGUYỄN MINH TIẾN Việt dịch và chú giải

UNITED BUDDHIST PUBLISHER
NHÀ XUẤT BẢN LIÊN PHẬT HỘI

# NỘI DUNG

**NGHI THỨC KHAI KINH** ................................................. 5

**PHẦN DỊCH ÂM** ........................................................... 15

**PHẦN DỊCH NGHĨA** ..................................................... 59

# NGHI THỨC KHAI KINH

*(Phần nghi thức này không thuộc Kinh văn nhưng cần tụng niệm trước để tâm thức được an tịnh trước khi đi vào tụng đọc Kinh văn)*

# NIÊM HƯƠNG

*(Thắp đèn đốt hương trầm, đứng ngay ngắn chắp tay ngang ngực thầm niệm theo nghi thức dưới đây.)*

**Tịnh pháp giới chân ngôn:
Án lam tóa ha.**

*(3 lần)*

**Tịnh tam nghiệp chân ngôn:
Án ta phạ bà phạ, thuật đà ta phạ, đạt ma ta phạ, bà phạ thuật độ hám.**

*(3 lần)*

*(Chủ lễ thắp 3 cây hương, quỳ ngay ngắn nâng hương lên ngang trán niệm bài Cúng hương sau đây.)*

## CÚNG HƯƠNG TÁN PHẬT

Nguyện thử diệu hương vân,
Biến mãn thập phương giới.
Cúng dường nhất thiết Phật,
Tôn Pháp, chư Bồ Tát,
Vô biên Thanh văn chúng,
Cập nhất thiết thánh hiền.
Duyên khởi quang minh đài,
Xứng tánh tác Phật sự.
Phổ huân chư chúng sanh,
Giai phát Bồ-đề tâm,
Viễn ly chư vọng nghiệp,
Viên thành vô thượng đạo.

*(Chủ lễ xá 3 xá rồi đọc bài Kỳ nguyện dưới đây.)*

## KỲ NGUYỆN

Tư thời đệ tử chúng đẳng phúng tụng kinh chú, xưng tán hồng danh, tập thử công đức, nguyện thập phương thường trú Tam bảo, Bổn sư Thích-ca Mâu-ni Phật, Tiếp

Dẫn Đạo Sư A-di-đà Phật... từ bi gia hộ đệ tử... ..... Pháp danh... ..... phiền não đoạn diệt, nghiệp chướng tiêu trừ, thường hoạch kiết tường, vĩnh ly khổ ách. Phổ nguyện âm siêu dương thới, hải yến hà thanh, pháp giới chúng sanh tề thành Phật đạo.

*(Cắm hương ngay ngắn vào lư hương rồi đứng thẳng chắp tay niệm bài Tán Phật sau đây.)*

## TÁN PHẬT

Pháp vương vô thượng tôn,
Tam giới vô luân thất.
Thiên nhân chi Đạo sư,
Tứ sanh chi từ phụ.
Ư nhất niệm quy y,
Năng diệt tam kỳ nghiệp.
Xưng dương nhược tán thán,
Ức kiếp mạc năng tận.

## QUÁN TƯỞNG

Năng lễ sở lễ tánh không tịch,

Cảm ứng đạo giao nan tư nghì.

Ngã thử đạo tràng như đế châu,

Thập phương chư Phật ảnh hiện trung.

Ngã thân ảnh hiện chư Phật tiền,

Đầu diện tiếp túc quy mạng lễ.

Chí tâm đảnh lễ: Nam-mô tận hư không biến pháp giới quá, hiện, vị lai thập phương chư Phật, Tôn pháp, Hiền thánh tăng thường trú Tam bảo.

*(1 lạy)*

Chí tâm đảnh lễ: Nam-mô Ta-bà Giáo chủ Bổn sư Thích-ca Mâu-ni Phật, Đương lai hạ sanh Di-lặc Tôn Phật, Đại trí Văn-thù-sư-lợi Bồ Tát, Đại hạnh Phổ Hiền Bồ Tát,

# NGHI THỨC KHAI KINH

Hộ Pháp Chư Tôn Bồ Tát, Linh Sơn Hội Thượng Phật Bồ Tát.

*(1 lạy)*

Chí tâm đảnh lễ: Nam-mô Tây phương Cực Lạc Thế giới Đại từ Đại bi A-di-đà Phật, Đại bi Quán Thế Âm Bồ Tát, Đại Thế Chí Bồ Tát, Đại nguyện Địa Tạng Vương Bồ Tát, Thanh Tịnh Đại Hải Chúng Bồ Tát.

*(1 lạy)*

*(Từ đây bắt đầu khai chuông mõ, đại chúng đồng tụng.)*

### TÁN HƯƠNG

Lư hương xạ nhiệt,
Pháp giới mông huân,
Chư Phật hải hội tất diêu văn,
Tùy xứ kiết tường vân,
Thành ý phương ân,
Chư Phật hiện toàn thân.

Nam-mô Hương Vân Cái Bồ Tát Ma-ha-tát.

*(3 lần)*

### TỊNH KHẨU NGHIỆP CHƠN NGÔN

Tu rị tu rị, ma ha tu rị, tu tu rị, tát bà ha.

*(3 lần)*

### TỊNH TAM NGHIỆP CHƠN NGÔN

Án ta phạ bà phạ, thuật đà ta phạ, đạt ma ta phạ, bà phạ thuật độ hám.

*(3 lần)*

### ÁN THỔ ĐỊA CHƠN NGÔN

Nam mô tam mãn đa một đà nẫm. Án độ rô độ rô, địa vĩ ta bà ha.

*(3 lần)*

### PHỔ CÚNG DƯỜNG CHƠN NGÔN

Án nga nga nẳng tam bà phạ phiệt nhật ra hồng.

*(3 lần)*

## PHỤNG THỈNH BÁT KIM CANG

Phụng thỉnh Thanh Trừ Tai Kim Cang.

Phụng thỉnh Bích Độc Kim Cang.

Phụng thỉnh Huỳnh Tùy Cầu Kim Cang.

Phụng thỉnh Bạch Tịnh Thủy Kim Cang.

Phụng thỉnh Xích Thinh Hỏa Kim Cang.

Phụng thỉnh Định Trì Tai Kim Cang.

Phụng thỉnh Tử Hiền Kim Cang.

Phụng thỉnh Đại Thần Kim Cang.

## PHỤNG THỈNH TỨ BỒ TÁT

Phụng thỉnh Kim Cang Quyến Bồ Tát.

Phụng thỉnh Kim Cang Sách Bồ Tát.

Phụng thỉnh Kim Cang Ái Bồ Tát.

Phụng thỉnh Kim Cang Ngữ Bồ Tát.

## PHÁT NGUYỆN VĂN

Khể thủ tam giới tôn
Quy mạng thập phương Phật,
Ngã kim phát hoằng nguyện:
Trì tụng Kim Cang kinh,
Thượng báo tứ trọng ân,

Hạ tế tam đồ khổ,
Nhược hữu kiến, văn giả,
Tất phát Bồ-đề tâm,
Tận thử nhất báo thân,
Đồng sanh Cực Lạc quốc.

## VÂN HÀ PHẠM

Vân hà đắc trường thọ,
Kim cang bất hoại thân.
Phục dĩ hà nhân duyên
Đắc đại kiên cố lực.
Vân hà ư thử kinh,
Cứu cánh đáo bỉ ngạn.
Nguyện Phật khai vi mật,
Quảng vị chúng sanh thuyết.
Nam-mô Bổn sư Thích-ca Mâu-ni Phật.

*(3 lần)*

## KHAI KINH KỆ

Vô thượng thậm thâm vi diệu pháp,
Bá thiên vạn kiếp nan tao ngộ,
Ngã kim kiến văn đắc thọ trì,
Nguyện giải Như Lai chân thật nghĩa.

**Nam-mô Liên Trì Hải Hội Phật Bồ Tát.**

*(3 lần)*

# PHẦN DỊCH ÂM

## KIM CANG BÁT-NHÃ BA-LA-MẬT KINH

*(Dao Tần Tam Tạng Pháp Sư Cưu-ma-la-thập dịch)*

Như thị ngã văn. Nhất thời Phật tại Xá-vệ quốc, Kỳ Thọ Cấp Cô Độc viên, dữ đại tỳ-kheo chúng thiên nhị bá ngũ thập nhân câu.

Nhĩ thời Thế Tôn thực thời, trước y trì bát nhập Xá-vệ đại thành khất thực. Ư kỳ thành trung thứ đệ khất dĩ, hoàn đáo bản xứ, phạn thực ngật, thâu y bát, tẩy túc dĩ, phu tòa nhi tọa.

Thời Trưởng lão Tu-bồ-đề tại đại chúng trung tức tùng tòa khởi, thiên đản hữu kiên, hữu tất trước địa, hiệp chưởng cung kính nhi bạch Phật ngôn: "Hy hữu Thế Tôn! Như Lai thiện hộ niệm chư Bồ Tát, thiện phó chúc chư Bồ Tát.

"Thế Tôn! Thiện nam tử, thiện nữ nhân phát A-nậu-đa-la Tam-miệu Tam-bồ-đề tâm, ưng vân hà trụ, vân hà hàng phục kỳ tâm?"

Phật ngôn: "Thiện tai! Thiện tai! Tu-bồ-đề, như nhữ sở thuyết. Như Lai thiện hộ niệm chư Bồ Tát, thiện phó chúc chư Bồ Tát. Nhữ kim đế thính, đương vị nhữ thuyết. Thiện nam tử, thiện nữ nhân phát A-nậu-đa-la Tam-miệu Tam-bồ-đề tâm, ưng như thị trụ, như thị hàng phục kỳ tâm."

"Duy nhiên Thế Tôn. Nguyện nhạo dục văn."

Phật cáo Tu-bồ-đề: "Chư Bồ Tát ma-ha-tát ưng như thị hàng phục kỳ tâm: Sở hữu nhất thiết chúng sanh chi loại, nhược noãn sanh, nhược thai sanh, nhược thấp sanh, nhược hóa sanh, nhược hữu sắc, nhược vô sắc, nhược hữu tưởng, nhược vô tưởng, nhược phi hữu tưởng phi vô tưởng, ngã giai linh nhập Vô dư Niết-bàn nhi diệt độ chi. Như thị diệt độ vô lượng vô số vô biên chúng sanh, thật vô chúng sanh đắc diệt độ giả.

"Hà dĩ cố? Tu-bồ-đề, nhược Bồ Tát hữu ngã tướng, nhân tướng, chúng sanh tướng, thọ giả tướng, tức phi Bồ Tát.

"Phục thứ Tu-bồ-đề, Bồ Tát ư pháp ưng vô sở trụ hành ư bố thí. Sở vị, bất trụ sắc bố thí, bất trụ thanh, hương, vị, xúc, pháp bố thí.

"Tu-bồ-đề, Bồ Tát ưng như thị bố thí, bất trụ ư tướng.

"Hà dĩ cố? Nhược Bồ Tát bất trụ tướng bố thí, kỳ phước đức bất khả tư lương.

"Tu-bồ-đề, ư ý vân hà? Đông phương hư không khả tư lương phủ?"

"Phất dã, Thế Tôn."

"Tu-bồ-đề, nam, tây, bắc phương, tứ duy, thượng, hạ hư không khả tư lương phủ?"

"Phất dã, Thế Tôn."

"Tu-bồ-đề! Bồ Tát vô trụ tướng bố thí phước đức, diệc phục như thị, bất khả tư lương. Tu-bồ-đề, Bồ Tát đản ưng như sở giáo trụ.

"Tu-bồ-đề, ư ý vân hà? Khả dĩ thân tướng kiến Như Lai phủ?"

"Phất dã, Thế Tôn. Bất khả dĩ thân tướng đắc kiến Như Lai. Hà dĩ cố? Như Lai sở thuyết thân tướng tức phi thân tướng."

Phật cáo Tu-bồ-đề: "Phàm sở hữu tướng giai thị hư vọng. Nhược kiến chư tướng phi tướng tắc kiến Như Lai."

Tu-bồ-đề bạch Phật ngôn: "Thế Tôn, phả hữu chúng sanh đắc văn như thị ngôn thuyết chương cú sanh thật tín phủ?"

Phật cáo Tu-bồ-đề: "Mạc tác thị thuyết. Như Lai diệt hậu, hậu ngũ bá tuế, hữu trì giới tu phước giả, ư thử chương cú năng sanh tín tâm, dĩ thử vi thật. Đương tri thị nhân bất ư nhất Phật, nhị Phật, tam tứ ngũ Phật nhi chủng thiện căn. Dĩ ư vô lượng thiên vạn Phật sở chủng chư thiện căn. Văn thị chương cú, nãi chí nhất niệm sanh tịnh tín giả, Tu-bồ-đề, Như Lai tất tri, tất kiến thị chư chúng sanh đắc như thị vô lượng phước đức.

"Hà dĩ cố? Thị chư chúng sanh vô phục ngã tướng, nhân tướng, chúng sanh tướng, thọ giả tướng, vô pháp tướng diệc vô phi pháp tướng.

"Hà dĩ cố? Thị chư chúng sanh nhược tâm thủ tướng tắc vi trước ngã, nhân, chúng sanh, thọ giả. Hà dĩ cố? Nhược thủ pháp tướng, tức trước ngã, nhân, chúng sanh, thọ giả. Nhược thủ phi pháp tướng, tức trước ngã, nhân, chúng sanh, thọ giả. Thị cố bất ưng thủ pháp, bất ưng thủ phi pháp.

"Dĩ thị nghĩa cố, Như Lai thường thuyết, nhữ đẳng tỳ-kheo tri ngã thuyết pháp như phiệt dụ giả, pháp thượng ưng xả, hà huống phi pháp?

"Tu-bồ-đề, ư ý vân hà? Như Lai đắc A-nậu-đa-la Tam-miệu Tam-bồ-đề da? Như Lai hữu sở thuyết pháp da?"

Tu-bồ-đề ngôn: "Như ngã giải Phật sở thuyết nghĩa, vô hữu định pháp danh A-nậu-đa-la Tam-miệu Tam-bồ-đề, diệc vô hữu định pháp Như Lai khả thuyết. Hà dĩ cố? Như Lai sở thuyết pháp giai bất khả thủ, bất khả thuyết, phi pháp, phi phi pháp. Sở dĩ giả hà? Nhất thiết hiền thánh giai dĩ vô vi pháp, nhi hữu sai biệt."

"Tu-bồ-đề, ư ý vân hà? Nhược nhân mãn tam thiên đại thiên thế giới thất bảo dĩ dụng bố thí, thị nhân sở đắc phước đức ninh vi đa phủ?"

Tu-bồ-đề ngôn: "Thậm đa, Thế Tôn. Hà dĩ cố? Thị phước đức tức phi phước đức tánh, thị cố Như Lai thuyết phước đức đa."

"Nhược phục hữu nhân ư thị kinh trung thọ trì, nãi chí tứ cú kệ đẳng, vị tha nhân thuyết, kỳ phước thắng bỉ.

"Hà dĩ cố? Tu-bồ-đề, nhất thiết chư Phật cập chư Phật A-nậu-đa-la Tam-miệu Tam-bồ-đề pháp giai tùng thử kinh xuất.

"Tu-bồ-đề, sở vị Phật pháp giả tức phi Phật pháp.

"Tu-bồ-đề, ư ý vân hà? Tu-đà-hoàn năng tác thị niệm: Ngã đắc Tu-đà-hoàn quả phủ?"

Tu-bồ-đề ngôn: "Phất dã, Thế Tôn. Hà dĩ cố? Tu-đà-hoàn danh vi nhập lưu, nhi vô sở nhập. Bất nhập sắc, thanh, hương, vị, xúc, pháp. Thị danh Tu-đà-hoàn."

"Tu-bồ-đề, ư ý vân hà? Tư-đà-hàm năng tác thị niệm: Ngã đắc Tư-đà-hàm quả phủ?"

Tu-bồ-đề ngôn: "Phất dã, Thế Tôn. Hà dĩ cố? Tư-đà-hàm danh nhất vãng lai, nhi thật vô vãng lai. Thị danh Tư-đà-hàm."

"Tu-bồ-đề, ư ý vân hà? A-na-hàm năng tác thị niệm: Ngã đắc A-na-hàm quả phủ?"

Tu-bồ-đề ngôn: "Phất dã, Thế Tôn. Hà dĩ cố? A-na-hàm danh vi bất lai, nhi thật vô lai. Thị cố danh A-na-hàm."

"Tu-bồ-đề, ư ý vân hà? A-la-hán năng tác thị niệm: Ngã đắc A-la-hán đạo phủ?"

Tu-bồ-đề ngôn: "Phất dã, Thế Tôn. Hà dĩ cố? Thật vô hữu pháp danh A-la-hán. Thế Tôn, nhược A-la-hán tác thị niệm: Ngã đắc A-la-hán đạo. Tức vi trước ngã, nhân, chúng sanh, thọ giả.

"Thế Tôn, Phật thuyết ngã đắc Vô tránh Tam-muội, nhân trung tối vi đệ nhất, thị đệ nhất ly dục A-la-hán. Ngã bất tác thị niệm: Ngã thị ly dục A-la-hán.

"Thế Tôn, ngã nhược tác thị niệm: Ngã đắc A-la-hán đạo, Thế Tôn tắc bất thuyết: Tu-bồ-đề thị nhạo A-lan-na hạnh giả. Dĩ Tu-bồ-đề thật vô sở hành, nhi danh Tu-bồ-đề thị nhạo A-lan-na hạnh."

Phật cáo Tu-bồ-đề: "Ư ý vân hà? Như Lai tích tại Nhiên Đăng Phật sở, ư pháp hữu sở đắc phủ?"

"Thế Tôn, Như Lai tại Nhiên Đăng Phật sở, ư pháp thật vô sở đắc."

"Tu-bồ-đề, ư ý vân hà? Bồ Tát trang nghiêm Phật độ phủ?"

"Phất dã, Thế Tôn. Hà dĩ cố? Trang nghiêm Phật độ giả tức phi trang nghiêm, thị danh trang nghiêm."

"Thị cố Tu-bồ-đề, chư Bồ Tát ma-ha-tát ưng như thị sanh thanh tịnh tâm: Bất ưng trụ sắc sanh tâm, bất ưng trụ thanh, hương, vị, xúc, pháp sanh tâm. Ưng vô sở trụ nhi sanh kỳ tâm."

"Tu-bồ-đề, thí như hữu nhân, thân như Tu-di sơn vương. Ư ý vân hà, thị thân vi đại phủ?"

Tu-bồ-đề ngôn: "Thậm đại, Thế Tôn. Hà dĩ cố? Phật thuyết phi thân thị danh đại thân.

"Tu-bồ-đề, như Hằng hà trung sở hữu sa số, như thị sa đẳng Hằng hà. Ư ý vân hà, thị chư Hằng hà sa đẳng ninh vi đa phủ?"

Tu-bồ-đề ngôn: "Thậm đa, Thế Tôn. Đản chư Hằng hà thượng đa vô số, hà huống kỳ sa."

"Tu-bồ-đề! Ngã kim thật ngôn cáo nhữ. Nhược hữu thiện nam tử, thiện nữ nhân dĩ thất bảo mãn sở Hằng hà sa số tam thiên đại thiên thế giới, dĩ dụng bố thí đắc phước đa phủ?"

Tu-bồ-đề ngôn: "Thậm đa, Thế Tôn."

Phật cáo Tu-bồ-đề: "Nhược thiện nam tử, thiện nữ nhân ư thử kinh trung nãi chí thọ trì tứ cú kệ đẳng, vị tha nhân thuyết, nhi thử phước đức thắng tiền phước đức.

"Phục thứ Tu-bồ-đề, tùy thuyết thị kinh, nãi chí tứ cú kệ đẳng, đương tri thử xứ nhất thiết thế gian thiên, nhân, a-tu-la giai ưng cúng dường như Phật tháp miếu. Hà huống hữu nhân tận năng thọ trì độc tụng.

"Tu-bồ-đề, đương tri thị nhân thành tựu tối thượng đệ nhất hy hữu chi pháp.

"Nhược thị kinh điển sở tại chi xứ, tắc vi hữu Phật nhược tôn trọng đệ tử."

Nhĩ thời Tu-bồ-đề bạch Phật ngôn: "Thế Tôn! Đương hà danh thử kinh? Ngã đẳng vân hà phụng trì?"

Phật cáo Tu-bồ-đề: "Thị kinh danh vi Kim Cang Bát-nhã Ba-la-mật. Dĩ thị danh tự nhữ đương phụng trì. Sở dĩ giả hà? Tu-bồ-đề, Phật thuyết Bát-nhã ba-la-mật tức phi Bát-nhã ba-la-mật.

"Tu-bồ-đề, ư ý vân hà? Như Lai hữu sở thuyết pháp phủ?"

Tu-bồ-đề bạch Phật ngôn: "Thế Tôn, Như Lai vô sở thuyết."

"Tu-bồ-đề, ư ý vân hà? Tam thiên đại thiên thế giới sở hữu vi trần thị vi đa phủ?"

Tu-bồ-đề ngôn: "Thậm đa, Thế Tôn."

"Tu-bồ-đề, chư vi trần Như Lai thuyết phi vi trần, thị danh vi trần. Như Lai thuyết thế giới phi thế giới, thị danh thế giới.

"Tu-bồ-đề, ư ý vân hà? Khả dĩ tam thập nhị tướng kiến Như Lai phủ?"

"Phất dã, Thế Tôn. Bất khả dĩ tam thập nhị tướng đắc kiến Như Lai. Hà dĩ cố? Như Lai thuyết tam thập nhị tướng tức thị phi tướng, thị danh tam thập nhị tướng."

"Tu-bồ-đề, nhược hữu thiện nam tử, thiện nữ nhân dĩ Hằng hà sa đẳng thân mạng bố thí. Nhược phục hữu nhân ư thử kinh trung nãi chí thọ trì tứ cú kệ đẳng, vị tha nhân thuyết, kỳ phước thậm đa."

Nhĩ thời Tu-bồ-đề văn thuyết thị kinh, thâm giải nghĩa thú, thế lệ bi khấp nhi bạch Phật ngôn: "Hy hữu Thế Tôn, Phật thuyết như thị thậm thâm kinh điển. Ngã tùng tích lai sở đắc huệ nhãn, vị tằng đắc văn như thị chi kinh.

"Thế Tôn, nhược phục hữu nhân đắc văn thị kinh, tín tâm thanh tịnh tắc sanh thật tướng.

Đương tri thị nhân thành tựu đệ nhất hy hữu công đức.

"Thế Tôn! Thị thật tướng giả tức thị phi tướng, thị cố Như Lai thuyết danh thật tướng.

"Thế Tôn! Ngã kim đắc văn như thị kinh điển, tín giải thọ trì bất túc vi nan. Nhược đương lai thế hậu ngũ bá tuế, kỳ hữu chúng sanh đắc văn thị kinh tín giải thọ trì. Thị nhân tắc vi đệ nhất hy hữu. Hà dĩ cố? Thử nhân vô ngã tướng, nhân tướng, chúng sanh tướng, thọ giả tướng. Sở dĩ giã hà? Ngã tướng tức thị phi tướng. Nhân tướng, chúng sanh tướng, thọ giả tướng tức thị phi tướng. Hà dĩ cố? Ly nhất thiết chư tướng tức danh chư Phật."

Phật cáo Tu-bồ-đề: "Như thị, như thị. Nhược phục hữu nhân đắc văn thị kinh, bất kinh, bất bố, bất úy, đương tri thị nhân thậm vi hy hữu.

"Hà dĩ cố? Tu-bồ-đề, Như Lai thuyết đệ nhất ba-la-mật phi đệ nhất ba-la-mật, thị danh đệ nhất ba-la-mật.

"Tu-bồ-đề! Nhẫn nhục ba-la-mật Như Lai thuyết phi Nhẫn nhục ba-la-mật. Hà dĩ cố? Như ngã tích vi Ca-ly vương cát triệt thân thể. Ngã ư nhĩ thời vô ngã tướng, vô nhân tướng, vô chúng sanh tướng, vô thọ giả tướng.

"Hà dĩ cố? Ngã ư vãng tích tiết tiết chi giải thời, nhược hữu ngã tướng, nhân tướng, chúng sanh tướng, thọ giả tướng, ưng sanh sân hận.

"Tu-bồ-đề, hựu niệm quá khứ ư ngũ bá thế tác nhẫn nhục tiên nhân. Ư nhĩ sở thế vô ngã tướng, vô nhân tướng, vô chúng sanh tướng, vô thọ giả tướng.

"Thị cố Tu-bồ-đề, Bồ Tát ưng ly nhất thiết tướng phát A-nậu-đa-la Tam-miệu Tam-bồ-đề tâm.

"Bất ưng trụ sắc sanh tâm, bất ưng trụ thanh, hương, vị, xúc, pháp sanh tâm. Ưng sanh vô sở trụ tâm.

"Nhược tâm hữu trụ tắc vi phi trụ.

"Thị cố Phật thuyết Bồ Tát tâm bất ưng trụ sắc bố thí.

"Tu-bồ-đề! Bồ Tát vị lợi ích nhất thiết chúng sanh, ưng như thị bố thí.

"Như Lai thuyết nhất thiết chư tướng tức thị phi tướng, hựu thuyết nhất thiết chúng sanh tức phi chúng sanh.

"Tu-bồ-đề! Như Lai thị chân ngữ giả, thật ngữ giả, như ngữ giả, bất cuống ngữ giả, bất dị ngữ giả.

"Tu-bồ-đề! Như Lai sở đắc pháp. Thử pháp vô thật vô hư.

"Tu-bồ-đề, nhược Bồ Tát tâm trụ ư pháp nhi hành bố thí, như nhân nhập ám, tắc vô sở kiến.

"Nhược Bồ Tát tâm bất trụ pháp nhi hành bố thí, như nhân hữu mục, nhật quang minh chiếu kiến chủng chủng sắc.

"Tu-bồ-đề, đương lai chi thế nhược hữu thiện nam tử, thiện nữ nhân năng ư thử kinh thọ trì độc tụng, tắc vi Như Lai dĩ Phật trí huệ tất tri thị nhân, tất kiến thị nhân, giai đắc thành tựu vô lượng vô biên công đức.

"Tu-bồ-đề, nhược hữu thiện nam tử, thiện nữ nhân sơ nhật phần dĩ Hằng hà sa đẳng thân bố thí, trung nhật phần phục dĩ Hằng hà sa đẳng thân bố thí, hậu nhật phần diệc dĩ Hằng hà sa đẳng thân bố thí. Như thị vô lượng bá thiên vạn ức kiếp dĩ thân bố thí.

"Nhược phục hữu nhân văn thử kinh điển tín tâm bất nghịch, kỳ phước thắng bỉ, hà huống thơ tả, thọ trì, độc tụng, vị nhân giải thuyết.

"Tu-bồ-đề, dĩ yếu ngôn chi, thị kinh hữu bất khả tư nghị, bất khả xứng lượng, vô biên công đức.

"Như Lai vị phát Đại thừa giả thuyết, vị phát Tối thượng thừa giả thuyết. Nhược hữu nhân năng thọ trì độc tụng, quảng vị nhân thuyết, Như Lai tất tri thị nhân, tất kiến thị nhân giai đắc thành tựu bất khả lượng, bất khả xứng, vô hữu biên, bất khả tư nghị công đức.

"Như thị nhân đẳng tắc vi hà đảm Như Lai A-nậu-đa-la Tam-miệu Tam-bồ-đề.

"Hà dĩ cố? Tu-bồ-đề, nhược nhạo tiểu pháp giả, trước ngã kiến, nhân kiến, chúng sanh kiến, thọ giả kiến, tắc ư thử kinh bất năng thính thọ, độc tụng, vị nhân giải thuyết.

"Tu-bồ-đề, tại tại xứ xứ nhược hữu thử kinh, nhất thiết thế gian thiên, nhân, a-tu-la sở ưng cúng dường. Đương tri thử xứ tắc vi thị tháp, giai ưng cung kính tác lễ vi nhiễu, dĩ chư hoa hương nhi tán kỳ xứ.

"Phục thứ Tu-bồ-đề! Thiện nam tử, thiện nữ nhân thọ trì độc tụng thử kinh, nhược vi nhân khinh tiện. Thị nhân tiên thế tội nghiệp ưng đọa ác đạo, dĩ kim thế nhân khinh tiện cố, tiên thế tội nghiệp tắc vi tiêu diệt, đương đắc A-nậu-đa-la Tam-miệu Tam-bồ-đề.

"Tu-bồ-đề, ngã niệm quá khứ vô lượng a-tăng-kỳ kiếp, ư Nhiên Đăng Phật tiền đắc trị bát bá tứ thiên vạn ức na-do-tha chư Phật, tất giai cúng dường thừa sự vô không quá giả. Nhược phục hữu nhân ư hậu mạt thế, năng thọ trì độc tụng thử kinh, sở đắc công đức, ư ngã sở cúng dường chư Phật công đức, bá phần bất cập nhất, thiên vạn ức phần, nãi chí toán số thí dụ sở bất năng cập.

"Tu-bồ-đề, nhược thiện nam tử, thiện nữ nhân ư hậu mạt thế hữu thọ trì độc tụng thử kinh sở đắc công đức, ngã nhược cụ thuyết giả, hoặc hữu nhân văn tâm tắc cuồng loạn hồ nghi bất tín.

"Tu-bồ-đề, đương tri thị kinh nghĩa bất khả tư nghị, quả báo diệc bất khả tư nghị."

Nhĩ thời Tu-bồ-đề bạch Phật ngôn: "Thế Tôn! Thiện nam tử, thiện nữ nhân phát A-nậu-đa-la Tam-miệu Tam-bồ-đề tâm, vân hà ưng trụ? Vân hà hàng phục kỳ tâm?"

Phật cáo Tu-bồ-đề: "Thiện nam tử, thiện nữ nhân phát A-nậu-đa-la Tam-miệu Tam-bồ-đề giả, đương sanh như thị tâm: Ngã ưng diệt độ nhất thiết chúng sanh. Diệt độ nhất thiết chúng sanh dĩ, nhi vô hữu nhất chúng sanh thật diệt độ giả.

"Hà dĩ cố? Tu-bồ-đề, nhược Bồ Tát hữu ngã tướng, nhân tướng, chúng sanh tướng, thọ giả tướng, tức phi Bồ Tát.

"Sở dĩ giả hà? Tu-bồ-đề, thật vô hữu pháp phát A-nậu-đa-la Tam-miệu Tam-bồ-đề giả.

"Tu-bồ-đề, ư ý vân hà? Như Lai ư Nhiên Đăng Phật sở hữu pháp đắc A-nậu-đa-la Tam-miệu Tam-bồ-đề phủ?"

"Phất dã, Thế Tôn. Như ngã giải Phật sở thuyết nghĩa, Phật ư Nhiên Đăng Phật sở vô hữu pháp đắc A-nậu-đa-la Tam-miệu Tam-bồ-đề."

Phật ngôn: "Như thị, như thị. Tu-bồ-đề, thật vô hữu pháp Như Lai đắc A-nậu-đa-la Tam-miệu Tam-bồ-đề.

"Tu-bồ-đề, nhược hữu pháp Như Lai đắc A-nậu-đa-la Tam-miệu Tam-bồ-đề giả, Nhiên Đăng Phật tắc bất dữ ngã thọ ký: Nhữ ư lai thế đương đắc tác Phật hiệu Thích-ca Mâu-ni. Dĩ thật vô hữu pháp đắc A-nậu-đa-la Tam-miệu Tam-bồ-đề, thị cố Nhiên Đăng Phật dữ ngã thọ ký, tác thị ngôn: Nhữ ư lai thế đương đắc tác Phật hiệu Thích-ca Mâu-ni.

"Hà dĩ cố? Như Lai giả tức chư pháp như nghĩa.

"Nhược hữu nhân ngôn: Như Lai đắc A-nậu-đa-la Tam-miệu Tam-bồ-đề. Tu-bồ-đề! Thật vô hữu pháp Phật đắc A-nậu-đa-la Tam-miệu Tam-bồ-đề.

"Tu-bồ-đề! Như Lai sở đắc A-nậu-đa-la Tam-miệu Tam-bồ-đề, ư thị trung vô thật, vô hư.

"Thị cố Như Lai thuyết nhất thiết pháp giai thị Phật pháp.

"Tu-bồ-đề! Sở ngôn nhất thiết pháp giả, tức phi nhất thiết pháp, thị cố danh nhất thiết pháp. Tu-bồ-đề, thí như nhân thân trường đại."

Tu-bồ-đề ngôn: "Thế Tôn, Như Lai thuyết nhân thân trường đại tức vi phi đại thân, thị danh đại thân."

"Tu-bồ-đề! Bồ Tát diệc như thị. Nhược tác thị ngôn: Ngã đương diệt độ vô lượng chúng sanh tức bất danh Bồ Tát. Hà dĩ cố? Tu-bồ-đề! Thật vô hữu pháp danh vi Bồ Tát. Thị cố Phật thuyết nhất thiết pháp vô ngã, vô nhân, vô chúng sanh, vô thọ giả.

"Tu-bồ-đề! Nhược Bồ Tát tác thị ngôn: 'Ngã đương trang nghiêm Phật độ', thị bất danh Bồ Tát. Hà dĩ cố? Như Lai thuyết trang nghiêm Phật độ giả, tức phi trang nghiêm thị danh trang nghiêm.

"Tu-bồ-đề! Nhược Bồ Tát thông đạt vô ngã pháp giả, Như Lai thuyết danh chân thị Bồ Tát.

"Tu-bồ-đề! Ư ý vân hà? Như Lai hữu nhục nhãn phủ?"

"Như thị, Thế Tôn. Như Lai hữu nhục nhãn."

"Tu-bồ-đề! Ư ý vân hà? Như Lai hữu thiên nhãn phủ?"

"Như thị, Thế Tôn. Như Lai hữu thiên nhãn."

"Tu-bồ-đề! Ư ý vân hà? Như Lai hữu huệ nhãn phủ?"

"Như thị, Thế Tôn. Như Lai hữu huệ nhãn."

"Tu-bồ-đề! Ư ý vân hà? Như Lai hữu pháp nhãn phủ?"

"Như thị, Thế Tôn. Như Lai hữu pháp nhãn."

"Tu-bồ-đề! Ư ý vân hà? Như Lai hữu Phật nhãn phủ?"

"Như thị, Thế Tôn. Như Lai hữu Phật nhãn."

"Tu-bồ-đề! Ư ý vân hà? Hằng hà trung sở hữu sa, Phật thuyết thị sa phủ?"

"Như thị, Thế Tôn. Như Lai thuyết thị sa."

"Tu-bồ-đề! Ư ý vân hà? Như nhất Hằng hà trung sở hữu sa, hữu như thị đẳng Hằng hà, thị chư Hằng hà sở hữu sa số Phật thế giới. Như thị ninh vi đa phủ?"

"Thậm đa, Thế Tôn."

Phật cáo Tu-bồ-đề: "Nhĩ sở quốc độ trung sở hữu chúng sanh nhược can chủng tâm Như Lai tất tri. Hà dĩ cố? Như Lai thuyết chư tâm giai vi phi tâm, thị danh vi tâm.

Sở dĩ giả hà? Tu-bồ-đề! Quá khứ tâm bất khả đắc, hiện tại tâm bất khả đắc, vị lai tâm bất khả đắc.

"Tu-bồ-đề! Ư ý vân hà? Nhược hữu nhân mãn tam thiên đại thiên thế giới thất bảo dĩ dụng bố thí, thị nhân dĩ thị nhân duyên đắc phước đa phủ?"

"Như thị, Thế Tôn. Thử nhân dĩ thị nhân duyên đắc phước thậm đa."

"Tu-bồ-đề! Nhược phước đức hữu thật, Như Lai bất thuyết đắc phước đức đa. Dĩ phước đức vô cố, Như Lai thuyết đắc phước đức đa.

"Tu-bồ-đề! Ư ý vân hà? Phật khả dĩ cụ túc sắc thân kiến phủ?"

"Phất dã, Thế Tôn. Như Lai bất ưng dĩ cụ túc sắc thân kiến. Hà dĩ cố? Như Lai thuyết cụ túc sắc thân tức phi cụ túc sắc thân, thị danh cụ túc sắc thân.

"Tu-bồ-đề! Ư ý vân hà? Như Lai khả dĩ cụ túc chư tướng kiến phủ?"

"Phất dã, Thế Tôn. Như Lai bất ưng dĩ cụ túc chư tướng kiến. Hà dĩ cố? Như Lai thuyết chư tướng cụ túc tức phi cụ túc, thị danh chư tướng cụ túc."

"Tu-bồ-đề! Nhữ vật vị Như Lai tác thị niệm: Ngã đương hữu sở thuyết pháp. Mạc tác thị niệm. Hà dĩ cố? Nhược nhân ngôn Như Lai hữu sở thuyết pháp tức vi báng Phật, bất năng giải ngã sở thuyết cố.

"Tu-bồ-đề! Thuyết pháp giả vô pháp khả thuyết, thị danh thuyết pháp."

Nhĩ thời Huệ Mạng Tu-bồ-đề bạch Phật ngôn: "Phả hữu chúng sanh ư vị lai thế văn thuyết thị pháp sanh tín tâm phủ?"

Phật ngôn: "Tu-bồ-đề! Bỉ phi chúng sanh phi bất chúng sanh.

Hà dĩ cố? Tu-bồ-đề! Chúng sanh, chúng sanh giả, Như Lai thuyết phi chúng sanh thị danh chúng sanh."

Tu-bồ-đề bạch Phật ngôn: "Phật đắc A-nậu-đa-la Tam-miệu Tam-bồ-đề, vi vô sở đắc da?"

Phật ngôn: "Như thị, như thị. Tu-bồ-đề, ngã ư A-nậu-đa-la Tam-miệu Tam-bồ-đề nãi chí vô hữu thiểu pháp khả đắc, thị danh A-nậu-đa-la Tam-miệu Tam-bồ-đề.

"Phục thứ Tu-bồ-đề! Thị pháp bình đẳng vô hữu cao hạ, thị danh A-nậu-đa-la Tam-miệu Tam-bồ-đề. Dĩ vô ngã, vô nhân, vô chúng sanh, vô thọ giả, tu nhất thiết thiện pháp tức đắc A-nậu-đa-la Tam-miệu Tam-bồ-đề. Tu-bồ-đề! Sở ngôn thiện pháp giả, Như Lai thuyết phi thiện pháp thị danh thiện pháp.

"Tu-bồ-đề! Nhược tam thiên đại thiên thế giới trung sở hữu chư Tu-di sơn vương, như thị đẳng thất bảo tụ, hữu nhân trì dụng bố thí. Nhược nhân dĩ thử Bát-nhã Ba-la-mật kinh, nãi chí tứ cú kệ đẳng, thọ trì độc tụng vị tha nhân thuyết, ư tiền phước đức bá phần bất cập nhất, bá thiên vạn ức phần, nãi chí toán số thí dụ sở bất năng cập.

"Tu-bồ-đề! Ư ý vân hà? Nhữ đẳng vật vị Như Lai tác thị niệm: Ngã đương độ chúng sanh. Tu-bồ-đề! Mạc tác thị niệm.

"Hà dĩ cố? Thật vô hữu chúng sanh Như Lai độ giả. Nhược hữu chúng sanh Như Lai độ giả, Như Lai tắc hữu ngã, nhân, chúng sanh, thọ giả.

"Tu-bồ-đề! Như Lai thuyết hữu ngã giả tức phi hữu ngã, nhi phàm phu chi nhân dĩ vi hữu ngã.

"Tu-bồ-đề! Phàm phu giả, Như Lai thuyết tức phi phàm phu.

"Tu-bồ-đề! Ư ý vân hà? Khả dĩ tam thập nhị tướng quan Như Lai phủ?"

Tu-bồ-đề ngôn: "Như thị, như thị. Dĩ tam thập nhị tướng quan Như Lai."

Phật ngôn: "Tu-bồ-đề! Nhược dĩ tam thập nhị tướng quan Như Lai giả, Chuyển Luân Thánh vương tắc thị Như Lai."

Tu-bồ-đề bạch Phật ngôn: "Thế Tôn, như ngã giải Phật sở thuyết nghĩa, bất ưng dĩ tam thập nhị tướng quan Như Lai."

Nhĩ thời Thế Tôn nhi thuyết kệ ngôn:

"Nhược dĩ sắc kiến ngã,
Dĩ âm thanh cầu ngã.
Thị nhân hành tà đạo,
Bất năng kiến Như Lai."

"Tu-bồ-đề! Nhữ nhược tác thị niệm: Như Lai bất dĩ cụ túc tướng cố đắc A-nậu-đa-la Tam-miệu Tam-bồ-đề.

Tu-bồ-đề! Mạc tác thị niệm: Như Lai bất dĩ cụ túc tướng cố đắc A-nậu-đa-la Tam-miệu Tam-bồ-đề.

"Tu-bồ-đề! Nhược tác thị niệm: Phát A-nậu-đa-la Tam-miệu Tam-bồ-đề giả thuyết chư pháp đoạn diệt tướng. Mạc tác thị niệm.

"Hà dĩ cố? Phát A-nậu-đa-la Tam-miệu Tam-bồ-đề tâm giả, ư pháp bất thuyết đoạn diệt tướng.

"Tu-bồ-đề! Nhược Bồ Tát dĩ mãn Hằng hà sa đẳng thế giới thất bảo bố thí. Nhược phục hữu nhân tri nhất thiết pháp vô ngã đắc thành ư nhẫn. Thử Bồ Tát thắng tiền Bồ Tát sở đắc công đức. Hà dĩ cố? Dĩ chư Bồ Tát bất thọ phước đức cố."

"Tu-bồ-đề bạch Phật ngôn: "Thế Tôn! Vân hà Bồ Tát bất thọ phước đức?"

"Tu-bồ-đề! Bồ Tát sở tác phước đức bất ưng tham trước. Thị cố thuyết bất thọ phước đức.

"Tu-bồ-đề! Nhược hữu nhân ngôn Như Lai nhược lai, nhược

khứ, nhược tọa, nhược ngọa, thị nhân bất giải ngã sở thuyết nghĩa. Hà dĩ cố? Như Lai giả, vô sở tùng lai diệc vô sở khứ, cố danh Như Lai.

"Tu-bồ-đề! Nhược thiện nam tử, thiện nữ nhân dĩ tam thiên đại thiên thế giới toái vi vi trần. Ư ý vân hà? Thị vi trần chúng ninh vi đa phủ?"

"Thậm đa, Thế Tôn. Hà dĩ cố? Nhược thị vi trần chúng thật hữu giả, Phật tắc bất thuyết thị vi trần chúng.

"Sở dĩ giả hà? Phật thuyết vi trần chúng tức phi vi trần chúng, thị danh vi trần chúng.

"Thế Tôn! Như Lai sở thuyết tam thiên đại thiên thế giới tức phi thế giới, thị danh thế giới.

"Hà dĩ cố? Nhược thế giới thật hữu giả, tức thị nhất hiệp tướng. Như Lai thuyết nhất hiệp tướng tức phi nhất hiệp tướng, thị danh nhất hiệp tướng."

"Tu-bồ-đề! Nhất hiệp tướng giả tức thị bất khả thuyết. Đãn phàm phu chi nhân tham trước kỳ sự.

"Tu-bồ-đề! Nhược nhân ngôn Phật thuyết ngã kiến, nhân kiến, chúng sanh kiến, thọ giả kiến. Tu-bồ-đề! Ư ý vân hà? Thị nhân giải ngã sở thuyết nghĩa phủ?"

"Thế Tôn! Thị nhân bất giải Như Lai sở thuyết nghĩa.

"Hà dĩ cố? Thế Tôn thuyết ngã kiến, nhân kiến, chúng sanh kiến, thọ giả kiến tức phi ngã kiến, nhân kiến, chúng sanh kiến, thọ giả kiến, thị danh ngã kiến, nhân kiến, chúng sanh kiến, thọ giả kiến."

"Tu-bồ-đề! Phát A-nậu-đa-la Tam-miệu Tam-bồ-đề tâm giả, ư nhất thiết pháp ưng như thị tri, như thị kiến, như thị tín giải, bất sanh pháp tướng.

"Tu-bồ-đề! Sở ngôn pháp tướng giả, Như Lai thuyết tức phi pháp tướng, thị danh pháp tướng.

"Tu-bồ-đề! Nhược hữu nhân dĩ mãn vô lượng a-tăng-kỳ thế giới thất bảo trì dụng bố thí. Nhược hữu thiện nam tử, thiện nữ nhân phát Bồ-đề tâm giả, trì ư thử kinh, nãi chí tứ cú kệ đẳng, thọ trì độc tụng, vị nhân diễn thuyết, kỳ phước thắng bỉ.

"Vân hà vị nhân diễn thuyết? Bất thủ ư tướng, như như bất động. Hà dĩ cố?

    Nhất thiết hữu vi pháp,

    Như mộng ảo bào ảnh,

    Như lộ diệc như điển.

    Ưng tác như thị quán."

Phật thuyết thị kinh dĩ, Trưởng lão Tu-bồ-đề, cập chư tỳ-kheo, tỳ-kheo ni, ưu-bà-tắc, ưu-bà-di, nhất thiết thế gian, thiên, nhân, a-tu-la... văn Phật sở thuyết giai đại hoan hỷ, tín thọ phụng hành.

### KIM CANG BÁT-NHÃ BA-LA-MẬT KINH CHUNG

*(Kinh văn đến đây là hết, phần nghi thức kết thúc và hồi hướng người tụng có thể tùy chọn, hoặc thực hành theo như dưới đây.)*

### BÁT NHÃ VÔ TẬN CHÂN NGÔN

Nẵng mồ bạt dà phạt đế, bát rị nhã, Ba la mật đa duệ đát điệt tha. Án, hộc rī địa rị thất rị, thú rô thú rô tri, tam mật lật tri, Phật xả duệ tá ha.

### KIM CANG TÂM CHÂN NGÔN

Án, ô luân ni, ta bà ha.

### BỔ KHUYẾT CHÂN NGÔN

Nam mô hát ra đát na đa ra dạ da, khê ra khê ra, câu trụ câu trụ ma ra ma ra, hổ ra hồng, hạ hạ tô đát noa hồng. Bát mạt noa, ta bà ha.

### PHỔ HỒI HƯỚNG CHÂN NGÔN

Án, ta ma ra, ta ma ra, di ma nẵng, tát cốt ra, ma ha chước ca ra hồng.

## PHẦN DỊCH ÂM

## KIM CANG BỔ KHUYẾT CHÂN NGÔN

Án, hô lô hô lô, xả duệ mục khế, tá ha.

Nhất hồi hướng: chân như thật tế, tâm tâm khế hiệp.

Nhị hồi hướng: Vô thượng Phật quả Bồ-đề, niệm niệm viên mãn.

Tam hồi hướng: pháp giới nhứt thiết chúng sanh, đồng sanh Tịnh độ.

### TÁN KIM CANG

Kim cang công đức,
Diệu lý nan lường,
Như Lai vị chúng quảng tuyên dương,
Thọ thí ngộ chơn thường,
Dĩ chư hoa hương,
Phổ tán Pháp trung vương.

Nam mô Kỳ viên Hội Thượng Phật Bồ tát Ma-ha-tát. *(3 lần)*

## MA-HA BÁT-NHÃ BA-LA-MẬT-ĐA TÂM KINH

Quán Tự Tại Bồ Tát hành thâm Bát-nhã ba-la-mật-đa thời chiếu kiến ngũ uẩn giai không, độ nhất thiết khổ ách.

Xá-lợi tử! Sắc bất dị không, không bất dị sắc; sắc tức thị không, không tức thị sắc. Thọ, tưởng, hành, thức diệc phục như thị.

Xá-lợi tử! Thị chư pháp không tướng, bất sanh bất diệt, bất cấu bất tịnh, bất tăng bất giảm. Thị cố không trung vô sắc, vô thọ, tưởng, hành, thức; vô nhãn, nhĩ, tị, thiệt, thân, ý; vô sắc, thanh, hương, vị, xúc, pháp; vô nhãn giới, nãi chí vô ý thức giới; vô vô minh, diệc vô vô minh tận; nãi chí vô lão tử, diệc vô lão tử tận; vô khổ, tập, diệt, đạo; vô trí diệc vô đắc.

Dĩ vô sở đắc cố, Bồ-đề-tát-đỏa y Bát-nhã ba-la-mật-đa cố, tâm vô quái ngại, vô quái ngại cố, vô hữu khủng bố, viễn ly điên đảo mộng tưởng, cứu cánh Niết-bàn. Tam thế chư Phật y Bát-nhã ba-la-mật-đa cố, đắc A-nậu-đa-la Tam-miệu Tam-bồ-đề.

Cố tri Bát-nhã ba-la-mật-đa thị đại thần chú, thị đại minh chú, thị vô thượng chú, thị vô đẳng đẳng chú, năng trừ nhất thiết khổ, chân thật bất hư.

Cố thuyết Bát-nhã ba-la-mật-đa chú, tức thuyết chú viết:

Yết-đế, yết-đế, ba-la-yết-đế, ba-la-tăng-yết-đế, Bồ-đề tát-bà-ha. *(3 lần)*

## VÃNG SANH QUYẾT ĐỊNH CHÂN NGÔN

Nam-mô A-di-đa bà dạ, đa tha dà đa dạ, đa điệt dạ tha. A-di-rị-đô bà tỳ. A-di-rị-đa tất đam bà tỳ. A-di-rị-đa tỳ ca lan đế. A-di-rị-đa tỳ ca lan đa. Dà di nị dà dà na, chỉ đa ca lệ, ta-bà-ha.

*(3 lần)*

## HỒI HƯỚNG

Phúng kinh công đức thù thắng hạnh,
Vô biên thắng phước giai hồi hướng.
Phổ nguyện pháp giới chư chúng sanh,
Tốc vãng vô lượng quang Phật sát.
Nguyện tiêu tam chướng, trừ phiền não,

Nguyện đắc trí huệ chân minh liễu.
Phổ nguyện tội chướng tất tiêu trừ,
Thế thế thường hành Bồ Tát đạo.
Nguyện sanh Tây phương, Tịnh độ trung,
Cửu phẩm liên hoa vi phụ mẫu.
Hoa khai kiến Phật ngộ vô sanh,
Bất thối Bồ Tát vi bạn lữ.

Nguyện dĩ thử công đức,
Phổ cập ư nhất thiết,
Ngã đẳng dữ chúng sanh,
Giai cộng thành Phật đạo.

## TAM TỰ QUY Y

Tự quy Phật, đương nguyện chúng sanh, thể giải đại đạo, phát vô thượng tâm.

*(1 lạy)*

Tự quy y Pháp, đương nguyện chúng sanh, thâm nhập Kinh tạng, trí tuệ như hải.

*(1 lạy)*

Tự quy y Tăng, đương nguyện chúng sanh, thống lý đại chúng, nhất thiết vô ngại.

*(1 lạy)*

# PHẦN DỊCH NGHĨA

## KINH KIM CANG

### [KINH KIM CANG BÁT-NHÃ BA-LA-MẬT-ĐA]

*(Dao Tần, Tam Tạng Pháp Sư Cưu-ma-la-thập vâng chiếu dịch)*

Tôi nghe như thế này: Có một lúc đức Phật ở thành Xá-vệ, nơi vườn Kỳ Thọ Cấp Cô Độc, cùng các vị đại tỳ-kheo là một ngàn hai trăm năm mươi vị.

Đến giờ thọ trai, đức Thế Tôn đắp y mang bát vào thành Xá-vệ khất thực. Vào trong thành, [chư tăng] theo thứ tự khất thực rồi trở về tinh xá. Thọ trai xong, thu dọn y bát, rửa chân tay, trải tòa ra ngồi.

Lúc ấy Trưởng lão Tu-bồ-đề từ chỗ ngồi trong đại chúng đứng dậy, bày vai phải, quỳ gối phải, cung kính chắp tay bạch Phật rằng: "Thế Tôn, thật ít có! Như Lai khéo hộ niệm các vị Bồ Tát, khéo dặn dò các vị Bồ Tát.

"Thế Tôn! Nếu có những kẻ nam người nữ lòng lành phát tâm cầu đạo Vô Thượng Bồ-đề,[1] nên trụ tâm như thế nào? Hàng phục tâm như thế nào?

Phật dạy: "Lành thay! Lành thay! Tu-bồ-đề, đúng như ông vừa nói. Như Lai khéo hộ niệm các vị Bồ Tát, khéo dặn dò các vị Bồ Tát. Nay hãy lắng nghe, ta sẽ vì các ông mà giảng thuyết.

"Nếu có kẻ nam người nữ lòng lành phát tâm Bồ-đề, nên trụ tâm

---

[1] Kinh văn là "phát tâm A-nậu-đa-la Tam-miệu Tam-bồ-đề", thường được nói gọn là phát tâm Bồ-đề. A-nậu-đa-la Tam-miệu Tam-bồ-đề là đọc theo âm tiếng Phạn (**Anuttara-saṃyak-saṃbodhi**), Hán dịch là Vô thượng Chánh đẳng Chánh giác, cũng tức là quả vị Phật. Người phát tâm A-nậu-đa-la Tam-miệu Tam-bồ-đề là người nguyện sẽ tu học cho đến khi được quả vị Phật, quyết không thối chí giữa đường.

như thế này, nên hàng phục tâm như thế này."

"Bạch Thế Tôn! Con nguyện được lắng nghe."

Phật dạy Tu-bồ-đề: "Các vị Đại Bồ Tát[1] nên hàng phục tâm [bằng cách nghĩ] như thế này: 'Đối với tất cả các loài chúng sanh: hoặc sanh từ bào thai, hoặc sanh từ trứng, hoặc sanh nơi ẩm thấp, hoặc do biến hóa sanh ra, hoặc có hình sắc, hoặc không hình sắc, hoặc có tưởng, hoặc không tưởng, hoặc chẳng phải có tưởng chẳng phải

---

[1] Theo kinh văn ở đây, Bồ Tát (viết tắt theo âm tiếng Phạn là **Bodhisattva** - viết đủ là Bồ-đề Tát-đỏa ) được hiểu theo nghĩa rộng, là tất cả những ai phát tâm tu đạo Đại thừa, tu hạnh Bồ Tát. Theo Hán dịch là Giác hữu tình, nghĩa là những người phát tâm hành đạo Bồ Tát, mang lại sự giác ngộ cho hết thảy chúng sanh. Theo giáo lý Đại thừa, người phát tâm Bồ-đề tức là đã tin sâu vào chân tâm, tự tánh, nên đều gọi là Bồ Tát. Hiểu theo nghĩa này mới có thể tin nhận phần giảng thuyết của Phật từ đây trở về sau. Nếu hiểu theo nghĩa Bồ Tát là quả vị chứng đắc, giác ngộ (như trong Thập địa Bồ Tát), thì người mới phát tâm chẳng được dự phần trong hội Kim Cang này, như vậy là không đúng.

không tưởng,¹ ta đều độ cho nhập vào Vô dư Niết-bàn.² Như vậy diệt độ vô số chúng sanh, nhưng thật không có chúng sanh nào được diệt độ."³

"Vì sao vậy? Tu-bồ-đề, nếu Bồ Tát có các tướng ngã, nhân, chúng sanh, thọ giả,⁴ thì chẳng phải là Bồ Tát.⁵

"Lại nữa, Tu-bồ-đề! Bồ Tát theo

---

¹ Đại ý của đoạn này muốn nêu lên hết thảy các loài chúng sanh trong Ba cõi (Dục giới, Sắc giới và Vô sắc giới).

² Vô dư Niết-bàn: tiếng Phạn là **Nirupadhiśeṣa-nirvāṇa**, trạng thái giải thoát hoàn toàn của người tu tập, không còn Năm uẩn, Mười hai xứ, Mười tám giới và các căn.

³ Phát tâm độ thoát hết thảy vô số chúng sanh, nhưng không thấy có chúng sanh nào thật sự được mình độ thoát.

⁴ Ngã, nhân, chúng sanh, thọ giả: gọi chung là Bốn tướng ngã nhân, đều do nhận thức sai lầm về thực tại mà sanh ra. Tướng ngã: chấp rằng có cái "ta" và những "vật của ta", trong khi thực chất chỉ có sự giả hợp của Năm uẩn, Bốn đại. Tướng nhân: chấp rằng có "người khác", trong khi thực chất đó cũng chỉ là sự giả hợp tạm bợ của Năm uẩn. Tướng chúng sanh: chấp rằng có một cái "ta" đưa vào trong Năm uẩn tạo thành sự sanh khởi. Tướng thọ giả: chấp rằng có sự tồn tại của cái "ta" trong một thời gian, một hạn kỳ, mà gọi là thọ mạng.

⁵ Nếu thấy có chúng sanh được mình độ thoát, tức rơi vào chỗ đối đãi, mắc vào các tướng ngã, nhân, chúng sanh, thọ giả.

đúng pháp, nên lấy tâm không chỗ trụ mà làm việc bố thí. Nghĩa là chẳng nên trụ nơi hình sắc mà bố thí, chẳng nên trụ nơi âm thanh, hương thơm, mùi vị, cảm xúc, pháp tướng mà bố thí.

"Tu-bồ-đề! Bồ Tát nên bố thí như vậy, không trụ nơi tướng.

"Vì sao vậy? Nếu Bồ Tát bố thí với tâm không trụ tướng, phước đức ấy chẳng thể suy lường.

"Tu-bồ-đề! Ý ông nghĩ sao? Hư không phương đông có thể suy lường được chăng?"

"Bạch Thế Tôn, chẳng thể được."

"Tu-bồ-đề! Hư không các phương nam, tây, bắc, bốn phương phụ,[1] phương trên, phương dưới có thể suy lường được chăng?"

---

[1] Bốn phương phụ: là các phương đông nam, đông bắc, tây nam, tây bắc.

"Bạch Thế Tôn, chẳng thể được."

"Tu-bồ-đề! Bồ Tát bố thí với tâm không trụ tướng, phước đức cũng như vậy, chẳng thể suy lường.

"Tu-bồ-đề! Bồ Tát chỉ nên trụ tâm theo như cách đã chỉ dạy.

"Tu-bồ-đề! Ý ông nghĩ sao? Có thể dùng thân tướng mà thấy Như Lai chăng?"

"Bạch Thế Tôn, chẳng thể được. Chẳng thể dùng thân tướng mà thấy Như Lai.

"Vì sao vậy? Như Lai dạy rằng thân tướng thật chẳng phải là thân tướng."

Phật dạy Tu-bồ-đề: "Phàm những gì có hình tướng đều là hư vọng. Nếu thấy các tướng thật chẳng phải tướng là thấy Như Lai.

Tu-bồ-đề bạch Phật: "Bạch Thế Tôn! Liệu có chúng sanh nào nghe lời thuyết dạy này được sanh lòng tin chân thật chăng?"

Phật bảo Tu-bồ-đề: "Chớ nên nói thế! Như Lai diệt độ rồi, năm trăm năm sau sẽ có những người tu phước giữ theo giới luật, đối với lời thuyết dạy này thường sanh lòng tin, nhận là chân thật. Nên biết những người này chẳng phải chỉ ở nơi một, hai hay ba, bốn, năm... đức Phật gieo trồng căn lành, mà thật đã ở nơi vô số ngàn vạn đức Phật gieo trồng căn lành. [Những người ấy] nghe lời thuyết dạy này, dù chỉ một niệm cũng sanh lòng tin trong sạch.

"Tu-bồ-đề! Như Lai ắt sẽ thấy biết những chúng sanh ấy được vô lượng phước đức. Vì sao vậy? Những chúng sanh ấy không sanh khởi lại các tướng ngã, nhân, chúng sanh, thọ giả, không khởi pháp tướng, cũng không khởi phi pháp tướng.

"Vì sao vậy? Những chúng sanh ấy nếu tâm chấp giữ tướng, tức mắc vào ngã, nhân, chúng sanh, thọ giả. Nếu giữ lấy pháp tướng tức mắc vào ngã, nhân, chúng sanh, thọ giả.

"Vì sao vậy? Nếu giữ lấy phi pháp tướng, tức mắc vào ngã, nhân, chúng sanh, thọ giả.

"Vì thế, chẳng nên chấp giữ lấy pháp, cũng chẳng nên chấp giữ lấy phi pháp.

"Do nơi nghĩa này, Như Lai thường nói: Các vị tỳ-kheo nên biết, pháp Phật thuyết dạy như cái bè qua sông.[1] Pháp còn nên xả

---

[1] Tức là phương tiện giúp người đạt đến chỗ giải thoát, cũng như cái bè là phương tiện giúp người sang sông. Nếu muốn đạt ngộ mà còn chấp giữ lấy pháp, khác chi người sang sông chẳng chịu rời bỏ cái bè?

bỏ, huống chi những gì chẳng phải pháp?

"Tu-bồ-đề! Ý ông nghĩ sao? Như Lai có được pháp Vô thượng Chánh đẳng Chánh giác chăng? Như Lai có chỗ thuyết pháp chăng?"

Tu-bồ-đề thưa: "Theo như chỗ con hiểu nghĩa Phật đã dạy, không có pháp xác định gọi là Vô thượng Chánh đẳng Chánh giác, cũng không có pháp xác định nào Như Lai có thể thuyết.

"Vì sao vậy? Chỗ thuyết pháp của Như Lai thảy đều chẳng thể chấp giữ, chẳng thể nói ra, chẳng phải là pháp, cũng chẳng phải phi pháp.

"Vì sao vậy? Tất cả các bậc thánh hiền đều dùng pháp vô vi, chỉ là có chỗ khác biệt nhau."

"Tu-bồ-đề! Ý ông nghĩ sao? Nếu có người dùng bảy món báu đầy trong cõi đại thiên thế giới mà bố thí, được phước đức nhiều chăng?"

Tu-bồ-đề thưa: "Bạch Thế Tôn, rất nhiều. Vì sao vậy? Phước đức, thật chẳng phải là tánh phước đức, nên Như Lai nói là nhiều phước đức."

"Nếu lại có người thọ trì chỉ bốn câu kệ trong kinh này,[1] vì người khác mà giảng nói, phước đức này hơn hẳn phước bố thí kia.

"Vì sao vậy? Hết thảy chư Phật và giáo pháp Vô thượng Chánh đẳng Chánh giác của các ngài đều từ nơi kinh này mà ra.

---

[1] Kinh văn là "nãi chí tứ cú kệ đẳng", ý nói chỉ cần ít ỏi đến như là bốn câu kệ trong kinh này thôi. Huống chi có kẻ thọ trì nhiều hơn, hoặc trọn quyển kinh? Có người hiểu "tứ cú kệ" ở đây như là "chỗ tinh yếu của kinh", e là không đúng, vì văn nghĩa được hiểu rõ qua hai chữ "nãi chí", nghĩa là nêu "tứ cú kệ" lên chỉ để làm một mức độ thí dụ mà thôi, không chỉ cụ thể bài kệ nào cả.

# PHẦN DỊCH NGHĨA

"Tu-bồ-đề! Vì vậy mà nói rằng: pháp Phật tức chẳng phải pháp Phật.

"Tu-bồ-đề! Ý ông nghĩ sao? Vị Tu-đà-hoàn có được khởi niệm: Ta được quả Tu-đà-hoàn chăng?"

Tu-bồ-đề thưa: "Bạch Thế Tôn, không thể được. Vì sao vậy? Tu-đà-hoàn gọi là nhập vào dòng thánh,[1] nhưng thật không có chỗ nhập. Chẳng nhập vào hình sắc, âm thanh, hương thơm, mùi vị, cảm xúc, pháp tướng, nên mới gọi là Tu-đà-hoàn."

"Tu-bồ-đề! Ý ông nghĩ sao? Vị Tư-đà-hàm có được khởi niệm: Ta được quả Tư-đà-hàm chăng?"

Tu-bồ-đề thưa: "Bạch Thế Tôn,

---

[1] Tu-đà-hoàn, tiếng Phạn là Śrotāpanna, Hán dịch là Nhập lưu hay Dự lưu, nghĩa là "nhập vào dòng", ở đây là dòng các vị thánh. Đây là quả vị thứ nhất trong bốn quả thánh của Tiểu thừa, tức là Sơ quả, quả đầu tiên, nên xem như mới bắt đầu được nhập vào, dự vào dòng thánh.

chẳng được. Vì sao vậy? Tư-đà-hàm gọi là một lần trở lại,¹ nhưng thật không có trở lại, nên mới gọi là Tư-đà-hàm."

"Tu-bồ-đề! Ý ông nghĩ sao? Vị A-na-hàm có được khởi niệm: Ta được quả A-na-hàm chăng?"

Tu-bồ-đề thưa: "Bạch Thế Tôn, chẳng được. Vì sao vậy? A-na-hàm gọi là không trở lại,² nhưng thật không có việc trở lại, nên mới gọi là A-na-hàm."

"Tu-bồ-đề! Ý ông nghĩ sao? Vị

---

¹ Tư-đà-hàm tiếng Phạn là **Sakṛdāgāmin**, Hán dịch là Nhất văng lai hay Nhất lai, nghĩa là "một lần trở lại". Đây là quả thứ hai trong bốn quả thánh. Người chứng đắc quả thánh này vẫn còn phải tái sanh một lần nữa trong cõi trời người, nên gọi là Nhất văng lai hoặc Nhất lai.

² A-na-hàm tiếng Phạn là **Anāgāmi**, Hán dịch là Bất lai hay Bất hoàn, nghĩa là "không trở lại". Đây là quả vị thứ ba trong bốn quả thánh, chỉ còn thấp hơn quả A-la-hán. Người chứng đắc quả này, do nghiệp lực đã hết nên không còn phải thọ thân tái sanh. Thật ra thì vị này cũng phải tái sanh lên một cõi trời gọi là Bất hoàn thiên, sống ở đó và tu tập cho đến khi hết thọ thân ấy thì thành A-la-hán.

A-la-hán[1] có được khởi niệm: Ta được đạo A-la-hán chăng?

Tu-bồ-đề thưa: "Bạch Thế Tôn, chẳng được. Vì sao vậy? Thật không có pháp gọi là A-la-hán. Thế Tôn! Nếu vị A-la-hán khởi niệm rằng: Ta được đạo A-la-hán, tức là vướng mắc vào ngã, nhân, chúng sanh, thọ giả.

"Thế Tôn! Phật dạy rằng con được phép Tam-muội Vô tránh, cao quý nhất trong loài người, là bậc A-la-hán cao quý nhất đã lìa bỏ tham dục. Con chẳng khởi niệm: Ta là bậc A-la-hán lìa bỏ tham dục.

"Bạch Thế Tôn! Nếu con khởi niệm: Ta được đạo A-la-hán, Thế Tôn ắt không nói: Tu-bồ-đề ưa

---

[1] A-la-hán, tiếng Phạn là **Arhat**, là quả vị cuối cùng, cao nhất trong bốn thánh quả. Vị A-la-hán đã hoàn toàn dứt bỏ mọi triền phược, đạt đến cảnh giới giải thoát của Tiểu thừa hay còn gọi là Hữu dư Niết-bàn.

thích hạnh A-lan-na.¹ Vì con thật không vướng mắc ở chỗ làm, nên mới nói rằng: Tu-bồ-đề ưa thích hạnh A-lan-na."

Phật hỏi Tu-bồ-đề: "Ý ông nghĩ sao? Như Lai trước kia ở nơi Phật Nhiên Đăng có chỗ được pháp chăng?"

"Bạch Thế Tôn, chẳng có. Như Lai ở nơi Phật Nhiên Đăng thật không có chỗ được pháp."

"Tu-bồ-đề! Ý ông nghĩ sao? Bồ Tát có trang nghiêm cõi Phật chăng?"

---

¹ Kinh văn là "nhạo A-lan-na hạnh giả", nghĩa là người ưa thích hạnh A-lan-na. A-lan-na, tiếng Phạn là **araṇya**, thường nhiều nơi khác trong kinh Phật vẫn đọc là A-lan-nhã hay A-luyện-nhã. Danh từ này dùng chỉ nơi yên tĩnh, thanh tịnh, vị tỳ-kheo sống ở đó để chuyên tâm tu tập. Vì thế mà thường được dùng với nghĩa chung chỉ cho chùa chiền, tự viện. Hán dịch là Vô tránh thanh hay Viễn ly xứ, nghĩa là nơi không có những tiếng cãi cọ, tranh chấp, nơi xa lìa thế tục. Hạnh A-lan-nhã là một trong mười hai hạnh đầu đà. Người giữ hạnh này chỉ chọn sống suốt đời ở những nơi A-lan-nhã.

"Bạch Thế Tôn, chẳng có. Vì sao vậy? Việc trang nghiêm cõi Phật đó, thật chẳng phải trang nghiêm, gọi là trang nghiêm."

"Tu-bồ-đề! Vì vậy mà các vị đại Bồ Tát nên sanh tâm thanh tịnh như thế này: Chẳng nên trụ nơi hình sắc sanh tâm, chẳng nên trụ nơi âm thanh, hương thơm, mùi vị, cảm xúc, pháp tướng sanh tâm. Nên ở nơi không chỗ trụ sanh tâm.

"Tu-bồ-đề! Như người kia có thân hình như núi chúa Tu-di. Ý ông nghĩ sao? Thân ấy là lớn chăng?"

Tu-bồ-đề thưa: "Bạch Thế Tôn, rất lớn. Vì sao vậy? Phật thuyết chẳng phải thân, gọi là thân lớn."

"Tu-bồ-đề! Như trong sông Hằng có bao nhiêu là cát, mỗi hạt cát lại là một sông Hằng. Ý ông nghĩ sao? Số cát trong tất cả những sông Hằng ấy là nhiều chăng?"

Tu-bồ-đề thưa: "Bạch Thế Tôn, rất nhiều. Con số sông Hằng như thế đã nhiều không kể xiết, huống chi cát trong những con sông ấy!"

"Tu-bồ-đề! Nay ta dùng lời chân thật bảo ông. Như có những kẻ nam người nữ lòng lành, dùng bảy món báu đầy trong cõi tam thiên đại thiên thế giới nhiều bằng số cát của những sông Hằng ấy mang ra bố thí, được phước nhiều chăng?"

Tu-bồ-đề thưa: "Bạch Thế Tôn, rất nhiều."

Phật dạy Tu-bồ-đề: "Nếu có những kẻ nam người nữ lòng lành, thọ trì dù chỉ bốn câu kệ trong kinh này, vì người khác giảng nói, phước đức này hơn cả phước đức bố thí kia.

"Lại nữa, Tu-bồ-đề! Theo như kinh này mà thuyết dạy, cho đến chỉ bốn câu kệ, nên biết là nơi ấy hết thảy thế gian, trời, người, a-tu-la đều nên cúng dường như tháp miếu Phật. Huống chi có người đem hết sức mà thọ trì, đọc tụng. Tu-bồ-đề! Nên biết là người này thành tựu được pháp cao quý bậc nhất ít có.

"Nếu kinh điển này ở tại nơi nào, tức như có Phật hoặc bậc đệ tử cao quý đáng tôn trọng ở đó."

Lúc ấy, Tu-bồ-đề bạch Phật: "Bạch Thế Tôn! Kinh này gọi tên là gì? Chúng con phải vâng giữ như thế nào?"

Phật dạy Tu-bồ-đề: "Kinh này gọi tên là Kim Cang Bát-nhã Ba-la-mật. Nên theo như tên kinh mà vâng giữ. Vì sao vậy? Tu-bồ-đề!

Phật thuyết Bát-nhã Ba-la-mật tức chẳng phải Bát-nhã Ba-la-mật.

"Tu-bồ-đề! Ý ông nghĩ sao? Như Lai có chỗ thuyết pháp chăng?"

Tu-bồ-đề bạch Phật: "Bạch Thế Tôn, Như Lai không có chỗ thuyết pháp."

"Tu-bồ-đề! Ý ông nghĩ sao? Số vi trần[1] trong tam thiên đại thiên thế giới có nhiều chăng?"

Tu-bồ-đề thưa: "Bạch Thế Tôn, rất nhiều."

"Tu-bồ-đề! Những vi trần ấy, Như Lai thuyết chẳng phải vi trần, gọi là vi trần. Như Lai thuyết thế giới chẳng phải thế giới, gọi là thế giới.

"Tu-bồ-đề! Ý ông nghĩ sao? Có thể dùng ba mươi hai tướng để thấy Như Lai chăng?"

---

[1] Vi trần: Hạt bụi rất nhỏ.

"Bạch Thế Tôn, chẳng thể được. Chẳng thể dùng ba mươi hai tướng để thấy Như Lai. Vì sao vậy? Như Lai thuyết ba mươi hai tướng tức chẳng phải tướng, gọi là ba mươi hai tướng.

"Tu-bồ-đề! Nếu có những kẻ nam người nữ lòng lành, dùng thân mạng nhiều như số cát sông Hằng để bố thí. Lại có người thọ trì kinh này, cho đến chỉ bốn câu kệ, vì người khác giảng nói, phước ấy rất nhiều."[1]

Bấy giờ, Tu-bồ-đề nghe thuyết kinh này, hiểu sâu nghĩa lý, cảm

---

[1] Đoạn này dịch sát theo kinh văn, nhưng so với một số đoạn khác trong kinh thì có phần tối nghĩa. Ở đây dẫn ra hai trường hợp là có dụng ý so sánh. Căn cứ theo ý kinh ở một số đoạn khác tương tự, thì phước đức trì kinh hơn hẳn phước đức bố thí (có thể ngầm hiểu ở đây là chấp tướng bố thí). Nhưng riêng đoạn này chỉ thấy nêu là "kỳ phước thậm đa" mà không thấy có sự so sánh. Có thể do "tam sao thất bổn" qua nhiều đời, đã có sự thiếu sót ở đây chăng? Tuy nhiên, có thể căn cứ vào những đoạn khác trong kinh để hiểu đầy đủ đoạn này mà không sợ sai lệch.

động đến rơi lệ, bạch Phật rằng: "Thật ít có thay, Thế Tôn! Phật thuyết kinh điển này rất sâu xa, con từ khi được huệ nhãn đến nay vẫn chưa từng được nghe kinh điển như thế này.

"Bạch Thế Tôn! Nếu có người cũng được nghe kinh này, đem lòng tin tưởng thanh tịnh, liền khởi sanh tướng chân thật. Nên biết là người ấy thành tựu được công đức cao quý bậc nhất ít có.

"Bạch Thế Tôn! Tướng chân thật ấy tức là chẳng phải tướng, nên Như Lai gọi là tướng chân thật.

"Thế Tôn! Nay con được nghe kinh điển này, tin hiểu thọ trì chẳng có gì khó. Nhưng sau năm trăm năm nữa, có chúng sanh nào được nghe kinh này, tin hiểu thọ trì, người ấy quả là bậc nhất ít có. Vì sao vậy? Người ấy không có các tướng ngã, nhân, chúng sanh, thọ giả.

"Vì sao vậy? Tướng ngã chẳng phải là tướng; tướng nhân, chúng sanh, thọ giả cũng chẳng phải tướng. Vì sao vậy? Lìa hết thảy các tướng gọi là chư Phật."

Phật bảo Tu-bồ-đề: "Đúng vậy, đúng vậy! Nếu có người được nghe kinh này mà chẳng thấy kinh sợ hoảng hốt, nên biết người như thế rất là hiếm có.

"Vì sao vậy? Tu-bồ-đề! Như Lai dạy rằng bậc nhất Ba-la-mật, tức chẳng phải bậc nhất Ba-la-mật, gọi là bậc nhất Ba-la-mật.

"Tu-bồ-đề! Nhẫn nhục Ba-la-mật, Như Lai dạy là chẳng phải nhẫn nhục Ba-la-mật.

"Vì sao vậy? Tu-bồ-đề! Như ta xưa kia bị vua Ca-ly cắt xẻo

thân thể từng phần. Lúc bấy giờ, ta không có các tướng ngã, nhân, chúng sanh, thọ giả. Vì sao vậy? Trong lúc ta bị cắt xẻo từng phần thân thể, nếu có các tướng ngã, nhân, chúng sanh, thọ giả, ắt phải sanh lòng sân hận."

"Tu-bồ-đề! Lại nhớ đến quá khứ năm trăm đời trước, ta là một vị tiên nhẫn nhục. Lúc ấy ta cũng không có các tướng ngã, nhân, chúng sanh, thọ giả.

"Bởi vậy, Tu-bồ-đề, Bồ Tát nên lìa hết thảy các tướng mà phát tâm Vô thượng Chánh đẳng Chánh giác. Chẳng nên trụ nơi hình sắc sanh tâm, chẳng nên trụ nơi âm thanh, hương thơm, mùi vị, cảm xúc, pháp tướng sanh tâm. Nên sanh tâm không có chỗ trụ. Nếu tâm có chỗ trụ tức là chẳng trụ.

"Vì thế, Phật dạy các vị Bồ Tát chẳng nên trụ tâm nơi hình sắc mà bố thí. Tu-bồ-đề! Bồ Tát vì lợi ích cho tất cả chúng sanh nên bố thí như vậy.

"Như Lai dạy rằng hết thảy các tướng tức chẳng phải tướng. Lại dạy rằng hết thảy chúng sanh tức chẳng phải chúng sanh.

"Tu-bồ-đề! Lời nói của đấng Như Lai là chân chánh, đúng thật, như nghĩa, không hư dối, không sai khác.

"Tu-bồ-đề! Như Lai có chỗ được pháp, pháp ấy không thật, không hư.

"Tu-bồ-đề! Nếu Bồ Tát trụ tâm nơi pháp làm việc bố thí, cũng như người vào chỗ tối, không thể nhìn thấy.

"Nếu Bồ Tát chẳng trụ tâm nơi pháp làm việc bố thí, như người có mắt, khi ánh sáng mặt trời chiếu soi thấy đủ các màu sắc.

"Tu-bồ-đề! Về sau nếu có những kẻ nam người nữ lòng lành, thường hay thọ trì đọc tụng kinh này, Như Lai dùng trí huệ Phật thấy biết những người ấy đều thành tựu vô lượng vô biên công đức.

"Tu-bồ-đề! Nếu có những kẻ nam người nữ lòng lành, vừa lúc đầu ngày dùng thân mạng nhiều như cát sông Hằng mà bố thí, đến giữa ngày lại dùng thân mạng nhiều như cát sông Hằng mà bố thí, đến cuối ngày cũng lại dùng thân mạng nhiều như cát sông Hằng mà bố thí. Cứ như vậy trong vô lượng trăm ngàn ức kiếp, dùng thân mạng mà bố thí. Nếu có người nghe kinh điển này, trong lòng tin theo chẳng nghịch, được phước nhiều hơn cả những người dùng thân mạng bố thí kia. Huống chi là sao chép, thọ trì, đọc tụng, vì người giảng giải!

"Tu-bồ-đề! Nói tóm lại một lời quan trọng nhất: Kinh này có vô lượng vô biên công đức, chẳng thể suy lường. Như Lai vì người phát tâm Đại thừa mà thuyết dạy, vì người phát tâm Tối thượng thừa mà thuyết dạy. Nếu có người thường hay thọ trì, đọc tụng, rộng vì người khác mà thuyết giảng, Như Lai tất sẽ thấy biết những người này đều được thành tựu công đức vô lượng vô biên chẳng thể suy lường. Những người như vậy có thể đảm đương gánh vác đạo Vô thượng Chánh đẳng Chánh giác của Như Lai.

"Vì sao vậy? Tu-bồ-đề! Nếu kẻ ưa pháp nhỏ, vướng mắc vào những kiến giải: ngã, nhân, chúng sanh, thọ giả, tức chẳng thể thọ trì đọc tụng, vì người khác mà giảng giải kinh này.

"Tu-bồ-đề! Bất cứ nơi nào có kinh này, hết thảy thế gian, các hàng trời, người, a-tu-la đều nên cúng dường. Nên biết nơi ấy tức là tháp Phật, nên cung kính đi quanh lễ bái, dùng các thứ hương hoa rải lên nơi ấy.

"Lại nữa, Tu-bồ-đề! Những kẻ nam người nữ lòng lành, thọ trì đọc tụng kinh này, nếu bị người khác khinh chê, thì người trì kinh ấy dù cho đời trước đã tạo nghiệp ác lẽ ra phải đọa vào các đường dữ, nay nhân bị người khinh chê, nghiệp ác đời trước liền tiêu diệt, được thành tựu quả Vô thượng Chánh đẳng Chánh giác.

"Tu-bồ-đề! Ta nhớ thuở quá khứ vô lượng a-tăng-kỳ kiếp trước

Phật Nhiên Đăng, ta đã được gặp tám trăm bốn ngàn vạn ức na-do-tha đức Phật, và đều cung kính phụng sự không chút lỗi lầm. Nếu có người vào đời mạt pháp thường thọ trì tụng đọc kinh này, công đức của người ấy so với công đức cúng dường chư Phật của ta vượt hơn bội phần, trăm phần ta chẳng theo kịp một, ngàn vạn ức phần, cho đến tính toán, thí dụ cũng chẳng thể theo kịp.

"Tu-bồ-đề! Những kẻ nam người nữ lòng lành vào đời mạt pháp thọ trì đọc tụng kinh này được nhiều công đức, nếu ta nói ra đầy đủ sẽ có người nghe qua sanh tâm cuồng loạn, nghi ngờ chẳng tin.

"Tu-bồ-đề! Nên biết rằng, nghĩa kinh này không thể nghĩ bàn, quả báo cũng không thể nghĩ bàn."

Bấy giờ, ngài Tu-bồ-đề bạch Phật rằng: "Bạch Thế Tôn! Những kẻ nam người nữ lòng lành phát tâm Vô thượng Chánh đẳng Chánh giác, nên trụ tâm như thế nào? Hàng phục tâm như thế nào?

Phật dạy Tu-bồ-đề: "Những kẻ nam người nữ lòng lành phát tâm Vô thượng Chánh đẳng Chánh giác, nên khởi tâm như thế này: 'Ta nên diệt độ hết thảy chúng sanh; diệt độ hết thảy chúng sanh, nhưng thật không có chúng sanh nào diệt độ.'

"Vì sao vậy? Tu-bồ-đề! Nếu Bồ Tát có các tướng ngã, nhân, chúng sanh, thọ giả, tức chẳng phải Bồ Tát.

"Vì sao vậy? Tu-bồ-đề! Thật không có pháp phát tâm Vô thượng Chánh đẳng Chánh giác.

"Tu-bồ-đề! Ý ông nghĩ sao? Như Lai ở chỗ Phật Nhiên Đăng có

được pháp Vô thượng Chánh đẳng Chánh giác chăng?"

"Bạch Thế Tôn, chẳng có. Như con hiểu theo nghĩa Phật thuyết, Như Lai ở nơi Phật Nhiên Đăng trước kia không có được pháp Vô thượng Chánh đẳng Chánh giác."

Phật nói: "Đúng vậy, đúng vậy! Tu-bồ-đề, thật không có pháp Như Lai được Vô thượng Chánh đẳng Chánh giác.

"Tu-bồ-đề! Nếu như có pháp Như Lai được Vô thượng Chánh đẳng Chánh giác, Phật Nhiên Đăng hẳn đã không thọ ký cho ta: Ông về sau sẽ thành Phật hiệu Thích-ca Mâu-ni.

"Vì thật không có pháp được Vô thượng Chánh đẳng Chánh giác, nên Phật Nhiên Đăng mới thọ ký cho ta rằng: Ông về sau sẽ thành Phật, hiệu là Thích-ca Mâu-ni.

"Vì sao vậy? Nói Như Lai đó, tức là nghĩa như[1] của các pháp.

"Nếu có người nói: Như Lai được Vô thượng Chánh đẳng Chánh giác. Tu-bồ-đề! Thật không có pháp Phật được Vô thượng Chánh đẳng Chánh giác.

"Tu-bồ-đề! Như Lai có chỗ được Vô thượng Chánh đẳng Chánh giác. Trong chỗ ấy không thật, không hư.

"Vì thế, Như Lai dạy rằng: Hết thảy các pháp đều là Phật pháp.

"Tu-bồ-đề! Nói là hết thảy các pháp, tức chẳng phải pháp, vì thế gọi là hết thảy các pháp.

"Tu-bồ-đề! Ví như thân người dài lớn."

Tu-bồ-đề nói: "Bạch Thế Tôn, Như Lai nói rằng thân người dài

---

[1] Nghĩa như: Tức là nghĩa chân thật, được hiểu theo đúng với bản chất thật của sự vật, hiện tượng.

lớn tức chẳng phải là thân lớn, gọi là thân lớn."

"Tu-bồ-đề! Bồ Tát cũng lại như vậy. Nếu nói rằng: Ta đang độ cho vô lượng chúng sanh, tức chẳng gọi là Bồ Tát.

"Vì sao vậy? Tu-bồ-đề! Thật không có pháp gọi là Bồ Tát. Vì thế Phật thuyết hết thảy các pháp đều không có các tướng ngã, nhân, chúng sanh, thọ giả.

"Tu-bồ-đề! Nếu Bồ Tát nói rằng: 'Ta đang trang nghiêm cõi Phật', như vậy chẳng gọi là Bồ Tát. Vì sao vậy? Như Lai dạy rằng, trang nghiêm cõi Phật tức chẳng phải trang nghiêm, gọi là trang nghiêm.

"Tu-bồ-đề! Nếu Bồ Tát thông đạt pháp vô ngã, Như Lai gọi đó thật là Bồ Tát.

"Tu-bồ-đề! Ý ông nghĩ sao? Như Lai có nhục nhãn chăng?"

"Bạch Thế Tôn, đúng vậy. Như Lai có nhục nhãn."

"Tu-bồ-đề! Ý ông nghĩ sao? Như Lai có thiên nhãn chăng?"

"Bạch Thế Tôn, đúng vậy. Như Lai có thiên nhãn."

"Tu-bồ-đề! Ý ông nghĩ sao? Như Lai có huệ nhãn chăng?"

"Bạch Thế Tôn, đúng vậy. Như Lai có huệ nhãn."

"Tu-bồ-đề! Ý ông nghĩ sao? Như Lai có pháp nhãn chăng?"

"Bạch Thế Tôn, đúng vậy. Như Lai có pháp nhãn."

"Tu-bồ-đề! Ý ông nghĩ sao? Như Lai có Phật nhãn chăng?"

"Bạch Thế Tôn, đúng vậy. Như Lai có Phật nhãn."

"Tu-bồ-đề! Ý ông nghĩ sao? Trong sông Hằng có cát, Phật nói đó là cát chăng?"

"Bạch Thế Tôn, đúng vậy. Như Lai nói đó là cát."

"Tu-bồ-đề! Ý ông nghĩ sao? Như trong một con sông Hằng có bao nhiêu cát, lại có số sông Hằng cũng nhiều như số cát ấy, lại có số cõi Phật nhiều như số cát trong tất cả những con sông Hằng đó, như vậy là nhiều chăng?"

"Bạch Thế Tôn, rất nhiều."

Phật bảo Tu-bồ-đề: "Hết thảy chúng sanh trong số cõi Phật nhiều như vậy, nếu khởi tâm suy nghĩ, Như Lai đều biết. Vì sao vậy? Như Lai dạy rằng, các tâm đều là không phải tâm, nên gọi là tâm.

"Vì sao như thế? Tu-bồ-đề! Tâm quá khứ chẳng thể nắm bắt. Tâm hiện tại chẳng thể nắm bắt. Tâm vị lai chẳng thể nắm bắt.

"Tu-bồ-đề! Ý ông nghĩ sao? Nếu có người dùng bảy món báu đầy trong cõi đại thiên thế giới để bố thí. Do nhân duyên ấy, được phước nhiều chăng?"

"Bạch Thế Tôn, quả đúng như vậy. Người ấy do nhân duyên bố thí, được phước rất nhiều."

"Tu-bồ-đề! Nếu phước đức có thật, Như Lai chẳng nói là được nhiều phước đức. Vì phước đức là không, nên Như Lai nói là được nhiều phước đức.

"Tu-bồ-đề! Ý ông nghĩ sao? Có thể lấy sắc thân đầy đủ thấy đó là Phật chăng?"

"Bạch Thế Tôn, chẳng được. Chẳng nên lấy sắc thân đầy đủ thấy là Như Lai. Vì sao vậy? Như

Lai dạy rằng, sắc thân đầy đủ tức chẳng phải sắc thân đầy đủ, gọi là sắc thân đầy đủ."

"Tu-bồ-đề! Ý ông nghĩ sao? Có thể dùng các tướng đầy đủ thấy là Như Lai chăng?"

"Bạch Thế Tôn, chẳng được. Chẳng nên dùng các tướng đầy đủ thấy là Như Lai. Vì sao vậy? Như Lai dạy rằng, các tướng đầy đủ tức chẳng phải đầy đủ, gọi là các tướng đầy đủ."

"Tu-bồ-đề! Ông đừng cho rằng Như Lai có ý nghĩ này: 'Ta đang có chỗ thuyết pháp.' Chớ nghĩ như thế. Vì sao vậy? Nếu có người nói Như Lai có chỗ thuyết pháp, tức là hủy báng Phật, chẳng thể hiểu được chỗ ta thuyết dạy.

"Tu-bồ-đề! Người thuyết pháp, chẳng pháp nào có thể thuyết, gọi là thuyết pháp."

Bấy giờ, ngài Huệ Mạng[1] Tu-bồ-đề bạch Phật: "Thế Tôn! Liệu có chúng sanh nào ở đời vị lai nghe thuyết giảng pháp này sanh lòng tin theo chăng?"

Phật dạy: "Tu-bồ-đề! Đó chẳng phải là chúng sanh, chẳng phải không là chúng sanh.

"Vì sao vậy? Tu-bồ-đề! Chúng sanh đó Như Lai dạy rằng chẳng phải chúng sanh, gọi là chúng sanh."

Tu-bồ-đề bạch Phật: "Bạch Thế Tôn! Phật được pháp Vô thượng Chánh đẳng Chánh giác là không có chỗ được sao?"

Phật dạy: "Đúng vậy, đúng vậy! Tu-bồ-đề! Ta đối với quả Vô thượng Chánh đẳng Chánh giác, không

---

[1] Một trong các danh hiệu của Trưởng lão Tu-bồ-đề (Subhūti). Những tên gọi khác theo Hán dịch là Thiện Nghiệp, Thiện Hiện, Thiện Cát.

hề có dù một chút pháp có thể đạt được, nên gọi là Vô thượng Chánh đẳng Chánh giác.

"Lại nữa, Tu-bồ-đề! Pháp này bình đẳng không có cao thấp, gọi tên là Vô thượng Chánh đẳng Chánh giác. Trừ bỏ các tướng ngã, nhân, chúng sanh, thọ giả mà tu hết thảy pháp lành, tức thành Vô thượng Chánh đẳng Chánh giác.

"Tu-bồ-đề! Chỗ nói là pháp lành, Như Lai dạy rằng chẳng phải pháp lành, gọi là pháp lành.

"Tu-bồ-đề! Như trong đại thiên thế giới có các núi chúa Tu-di, có người dùng bảy món báu tích tụ nhiều như các núi ấy mà bố thí. Lại có người lấy kinh Bát-nhã Ba-la-mật này, thậm chí chỉ bốn câu kệ, thọ trì, đọc tụng, vì người khác giảng nói. Phước đức của người bố thí, so với người trì kinh thật trăm phần chẳng bì được một, trăm ngàn vạn ức phần, cho đến tính toán, thí dụ cũng chẳng thể theo kịp được.

"Tu-bồ-đề! Ý ông nghĩ sao? Các ông đừng cho rằng Như Lai có ý nghĩ này: 'Ta đang độ chúng sanh.'

"Tu-bồ-đề! Chớ nghĩ như thế. Vì sao vậy? Thật không có chúng sanh nào được Như Lai độ. Nếu có chúng sanh được Như Lai độ, Như Lai ắt có các tướng ngã, nhân, chúng sanh, thọ giả.

"Tu-bồ-đề! Như Lai dạy rằng có ngã tức chẳng phải có ngã, nhưng phàm phu cho là có ngã.

"Tu-bồ-đề! Phàm phu đó, Như Lai dạy rằng chẳng phải phàm phu.

"Tu-bồ-đề! Ý ông nghĩ sao? Có thể lấy ba mươi hai tướng mà quán đó là Như Lai chăng?"

Tu-bồ-đề thưa: "Đúng vậy, đúng vậy. Lấy ba mươi hai tướng mà quán, đó là Như Lai."

Phật bảo Tu-bồ-đề: "Nếu lấy ba mươi hai tướng mà quán đó là Như Lai, vậy Chuyển Luân Thánh Vương tức là Như Lai."[1]

Tu-bồ-đề bạch Phật: "Bạch Thế Tôn! Theo như chỗ con hiểu nghĩa Phật thuyết dạy, chẳng nên lấy ba mươi hai tướng mà quán đó là Như Lai."

Bấy giờ, đức Thế Tôn liền nói kệ rằng:

"Nếu dùng sắc thấy Ta,
Dùng âm thanh cầu Ta.
Là người hành tà đạo,
Chẳng thể thấy Như Lai."

---

[1] Vì Chuyển Luân Thánh Vương cũng có đủ ba mươi hai tướng tốt như Phật.

"Tu-bồ-đề! Nếu ông khởi ý nghĩ rằng: Như Lai chẳng dùng các tướng đầy đủ mà được thành Vô thượng Chánh đẳng Chánh giác. Tu-bồ-đề! Chớ nghĩ như thế. Chớ nghĩ rằng Như Lai chẳng dùng các tướng đầy đủ mà được thành Vô thượng Chánh đẳng Chánh giác.

"Tu-bồ-đề! Nếu ông khởi ý nghĩ rằng: 'Người phát tâm Vô thượng Chánh đẳng Chánh giác thuyết giảng tướng đoạn diệt của các pháp.' Chớ nghĩ như thế. Vì sao vậy? Người phát tâm Vô thượng Chánh đẳng Chánh giác, đối với pháp chẳng thuyết tướng đoạn diệt.

"Tu-bồ-đề! Nếu Bồ Tát dùng bảy báu đầy trong những thế giới nhiều như cát sông Hằng mang ra bố thí. Lại có người hiểu biết hết thảy các pháp là vô ngã nên thành tựu được hạnh nhẫn nhục. Công đức của người này vượt hơn vị Bồ Tát làm việc bố thí kia.

"Vì sao vậy? Tu-bồ-đề! Vì các Bồ Tát không thọ nhận phước đức."

Tu-bồ-đề bạch Phật: "Bạch Thế Tôn! Thế nào là Bồ Tát không thọ nhận phước đức?"

"Tu-bồ-đề! Bồ Tát làm việc phước đức đều chẳng nên tham trước, nên nói là không thọ nhận phước đức.

"Tu-bồ-đề! Nếu có người nói: 'Như Lai có đến, hoặc có đi, hoặc có ngồi, hoặc có nằm.' Người ấy thật chẳng hiểu nghĩa ta thuyết dạy. Vì sao vậy? Như Lai đó, chẳng từ đâu đến, cũng chẳng đi về đâu, nên gọi là Như Lai.

"Tu-bồ-đề! Nếu có những kẻ nam người nữ lòng lành, lấy cả cõi đại thiên thế giới nghiền nát thành bụi nhỏ. Ý ông nghĩ sao? Số hạt bụi nhỏ ấy là nhiều chăng?"

Tu-bồ-đề thưa: "Bạch Thế Tôn, rất nhiều. Vì sao vậy? Nếu những bụi nhỏ này là thật có, hẳn Phật chẳng nói đó là bụi nhỏ. Vì sao thế? Phật dạy rằng bụi nhỏ đó chẳng phải bụi nhỏ, gọi là bụi nhỏ.

"Thế Tôn! Chỗ Như Lai nói đại thiên thế giới, tức chẳng phải thế giới, gọi là thế giới.

"Vì sao vậy? Nếu thế giới là có thật, tức một tướng hòa hợp. Như Lai dạy rằng một tướng hòa hợp tức chẳng phải một tướng hòa hợp, gọi là một tướng hòa hợp."

"Tu-bồ-đề! Một tướng hòa hợp

tức chẳng thể nói ra. Chỉ vì kẻ phàm phu tham chấp nơi sự việc.

"Tu-bồ-đề! Nếu có người nói rằng Phật thuyết dạy những kiến giải ngã, nhân, chúng sanh, thọ giả. Tu-bồ-đề! Ý ông nghĩ sao? Người ấy có hiểu được nghĩa ta thuyết dạy chăng?"

"Bạch Thế Tôn, người ấy chẳng hiểu được nghĩa Như Lai thuyết dạy. Vì sao vậy? Thế Tôn dạy rằng những kiến giải ngã, nhân, chúng sanh, thọ giả, chẳng phải là những kiến giải ngã, nhân, chúng sanh, thọ giả, gọi là những kiến giải ngã, nhân, chúng sanh, thọ giả."

"Tu-bồ-đề! Người phát tâm Vô thượng Chánh đẳng Chánh giác, đối với hết thảy các pháp, nên thấy biết như thế này, tin hiểu như thế này, chẳng sanh khởi pháp tướng.

"Tu-bồ-đề! Chỗ nói là pháp tướng đó, Như Lai dạy rằng chẳng phải pháp tướng, gọi là pháp tướng.

"Tu-bồ-đề! Nếu có người dùng bảy món báu đầy khắp trong vô số thế giới mà bố thí. Lại có những kẻ nam người nữ lòng lành phát tâm Bồ-đề, nắm giữ kinh này, thậm chí chỉ bốn câu kệ, thọ trì đọc tụng, vì người diễn thuyết, phước đức này hơn phước bố thí kia.

"Thế nào là vì người diễn thuyết? Chẳng chấp giữ nơi tướng, như như chẳng động. Vì sao vậy?

"Hết thảy pháp hữu vi,
Như mộng ảo, bọt nước,
Như sương sa, điện chớp.
Nên quán sát như vậy."

Phật thuyết kinh này rồi, Trưởng lão Tu-bồ-đề cùng các vị tỳ-kheo, tỳ-kheo ni, ưu-bà-tắc, ưu-bà-di,[1] hết thảy thế gian, trời, người, a-tu-la nghe Phật thuyết dạy đều hết sức hoan hỷ, tin nhận, vâng làm theo.

## KINH KIM CANG BÁT-NHÃ BA-LA-MẬT

---

[1] Tỳ-kheo, tỳ-kheo ni, ưu-bà-tắc, ưu-bà-di: gọi chung là Bốn chúng, tức là hàng đệ tử Phật. Tỳ-kheo và tỳ-kheo ni là hai chúng xuất gia. Ưu-bà-tắc và ưu bà-di là hai chúng tại gia, tức là hàng cư sĩ nam và cư sĩ nữ.

# Lời thưa

Trong kinh Pháp Cú, đức Phật dạy rằng: "Pháp thí thắng mọi thí." Thực hành Pháp thí là chia sẻ, truyền rộng lời Phật dạy đến với mọi người. Mỗi người Phật tử đều có thể tùy theo khả năng để thực hành Pháp thí bằng những cách thức như sau:

1. Cố gắng học hiểu và thực hành những lời Phật dạy. Tự mình học hiểu càng sâu rộng thì việc chia sẻ, bố thí Pháp càng có hiệu quả lớn lao hơn. Nên nhớ rằng việc đọc sách còn quan trọng hơn cả việc mua sách.

2. Phải trân quý kinh điển, sách vở in ấn lời Phật dạy. Khi có điều kiện thì mua, thỉnh về nhà để tự mình và người trong gia đình đều có điều kiện học hỏi làm theo. Không nên giữ làm của riêng mà phải sẵn lòng chia sẻ, truyền rộng, khuyến khích nhiều người khác cùng đọc và học theo. Không nên để kinh sách nằm yên đóng bụi trên kệ sách, vì kinh sách không có người đọc thì không thể mang lại lợi ích.

3. Tùy theo khả năng mà đóng góp tài vật, công sức để hỗ trợ cho những người làm công việc biên soạn, dịch thuật, in ấn, lưu hành kinh sách, để ngày càng có thêm nhiều kinh sách quý được in ấn, lưu hành.

Thông thường, việc chi tiêu một số tiền nhỏ không thể mang lại lợi ích lớn, nhưng nếu sử dụng vào việc giúp lưu hành kinh sách thì lợi ích sẽ lớn lao không thể suy lường. Đó là vì đã giúp cho nhiều người có thể hiểu và làm theo lời Phật dạy. Mong sao quý Phật tử khắp nơi đều lưu tâm đóng góp sức mình vào những việc như trên.

# TINH YẾU THỰC HÀNH PHÁP THÍ

- *Mua thỉnh kinh sách về đọc, tự mình sẽ được rất nhiều lợi ích.*
- *Chia sẻ, truyền rộng bằng cách cho mượn, biếu tặng kinh sách đến nhiều người thì lợi ích ấy càng tăng thêm gấp nhiều lần.*
- *Đóng góp công sức, tài vật để hỗ trợ công việc biên soạn, dịch thuật, giảng giải, in ấn, lưu hành kinh sách thì công đức lớn lao không thể suy lường, vì có vô số người sẽ được lợi ích từ việc lưu hành kinh sách.*

www.ingramcontent.com/pod-product-compliance
Lightning Source LLC
LaVergne TN
LVHW011730060526
838200LV00051B/3100